கள்வனின் கண்ணம்மா

பதிப்பகம்

Kalvanin Kannamma

Edited by Pavithra

 Special credits to Sakthi, Dr.Niveditha and Dr.Nitin Chopra.

ISBN (Paperback) - 978-93-90724-08-6

First Edition : 2021

Book Design by POETRY WORLD

கள்வனின்

கண்ணம்மா

தலைமை தொகுப்பாளர்

பார்கவி சிவபிரகாஷ்

தொகுப்பாளர்

அ.பவித்ரா

கள்வனின் கண்ணம்மா

தங்க புதையலினுள் புதைந்திருக்கும்

பொற்காசுகளாய்

இப்புத்தகத்தினுள்

புதைந்திருக்கின்றன..

பல வளரும் எழுத்தாளர்களின்

விலைமதிப்பற்ற உணர்வுகளும்

விடைபெறா வலிகளும்

விடைதரும் வரிகளும்...

கள்வனின் கண்ணம்மா இப்புதையலினுள்

ஒவ்வொரு வரிகளிலும்

உயிரோட்டமாய் வாழ்கிறாள்...

வாசிக்கும் உங்கள் உள்ளங்களிலும்...

தலைமை தொகுப்பாளர்

இவள் திருமதி.பார்கவி சிவபிரகாஷ், மஞ்சள் மாநகரமான ஈரோட்டை சேர்ந்தவள். இவள் புனைப்பெயர் "கவியின் கவிதை". கணிதவியல் முதுகலை பட்டம் முடித்தவள். இன்று தன் கனவுகளை முழு மனதோடு ஆர்வமாய் பின் தொடர்கிறாள்.

தனது இன்ஸ்டாகிராம் பக்கத்தில் *(@kaviyinkavithai)* ஏறத்தாழ *2500*க்கும் மேற்பட்ட குறுங்கவிதைகள், நீள்கவிதைகள் பல புனைந்துள்ளார். *Spectrum of thoughts*ல் இணை எழுத்தாளராகவும், தன் முதல் கவிதை திரட்டான *"Enticement of fondness/*காதலின் தாகங்கள்" தொகுத்துள்ளார். இப்பொழுது *Poetry World Organisation*ல் தலைமை தொகுப்பாளராய் பல கவிதை திரட்டினை வழங்கி வருகிறார்.

அந்த ஓர் இரவு

அந்த ஓர் இரவு

அவனின்

ராட்சசியாய்..

எனக்கான

காவலனாய்

மாறி மாறி

தொலைந்த

ஊடலை

இம்மியளவு

நினைவில்லை

ஈருயிரான

ஓருயிருக்கு..

அவற்றை ரசித்த

மோகப் போர்வைக்கன்றி.

கவியின் கவிதை

தொகுப்பாளர்

இவர் பெயர் அ.பவித்ரா. மனுநீதி சோழன் ஆண்ட மண்ணில் பிறந்தவர். பொறியியல் பட்டம் பெற்று இன்று கவிதைகளின் படைப்பகமாய் திகழ்பவர்.

பள்ளி பருவத்திலே கவிஞர் நா.முத்துக்குமாரின் எழுத்துக்களின் மீது கொண்ட தீரா காதலால் எழுதும் ஆர்வம் இவருக்கு உதித்தது.

தற்போது *scribbles_of_pv* எனும் புனைப்பெயரில் வாழ்வின் வலிகளை வரிகளாகவும், கனவுகளை கவிதைகளாகவும் புனைந்திட்டு கொண்டிருக்கிறார் இவ்விள கவிஞர். வாழ்வின் எதார்த்தங்களை வரிகளாக்கும் வித்தையின் சொந்தகாரரர்.

காதலுக்கு வயதில்லை

கன்னம் சுருங்கி
கடமை முடிந்த வயதிலும்
கண்ணம்மா என்றழைத்தான் காதலோடு!
நானும் மாமா என்றேன் அதே
காதலோடு,
கடவுளிடம் உன் கள்வன் சென்றுவிட்டால்
என்ன செய்வாயடி கண்ணம்மா என்றான் கண்ணீரோடு,
கண்ணம்மாவின் உலகம் கள்வனடா,
கடவுளிடம் கள்வன் சென்றுவிட்டால்
என் கடவுளான கள்வனிடம்
நான் வந்துவிடுவேனென்றேன்..
கட்டியணைத்தான் அதே காதலோடு,
இல்லை இல்லை
இன்னுமதிகமான காதலோடு நான் அழுக
அவன் சிரித்துகொண்டே
நெற்றி பொட்டில் முத்தம் பதித்து
எக்காதலும் தோற்குமடி
நம் காதலின் முன்
காதலின் பொருள் நாம் என்றான்..

\- **அ.பவித்ரா (scribbles_of_pv)**

உள்ளடக்கம்

அகளங்கன்

தாய்மையடைந்திட்ட தருணத்திலே தாய்வீட்டிற்கு
தள்ளிவிடாமல் தங்கமடியில் தாங்கிய - கள்வனே
மூன்றுநாள் முதுகெலும்புடையும் வலியில் மூச்சுக்கு
முன்னூறு முறை முத்தமிட்ட - கள்வனே
விடுதலையின்றி வாசற்படிதாண்டாதென்ன விடுவித்து
விரும்பிய விஷயங்கள் செய்ய வித்திட்ட - கள்வனே
அரவணைத்து ஆறாகாயமாற்றி அன்பின்
ஆழத்தினால் அனுதினமும் ஆடையாகிய - கள்வனே
பெண்ணடிமையை போட்டுதள்ளி பொன்பொருள்
யாவும்
பொற்கரத்தால் ஈந்து பொருளாதார தலைவியாக்கிய -
கள்வனே
ஊரே உறங்கி கிடக்க ஊடலின்றி
உலகைமறந்து உயிரினுள் உறவாடிய - கள்வனே
என்னுடலை தன்னுடல் போல் காத்து
என்னுயிரை தன்னுயிரோடு கலந்த - கள்வனே

கவிஞர் புலி

அவளும் நானும்

அவள் மூச்சு காற்றை
நான் சுவாசித்திடும் அளவிற்கு,

அவள் இதழ் வரிகளை
நான் படித்திடும் அளவிற்கு,

அவள் நுதல் என்
நுதலோடு பின்னிடும் அளவிற்கு,

அவள் இமை என்
இமைகலோடு கொஞ்சிடும் அளவிற்கு,

நெறுக்கம் வேண்டும்
எனக்கும் அவளுக்கும்...

சி.ஜே.பேச்சிமுத்து

அவன்

மழலையில் தொடங்கிய நேசம் நீ,
பள்ளி பருவம் முதல் பதின்ம வரை உன்னோடு
பேசிய வார்த்தைகள் என்றும் மாற பொக்கிசங்களாக,
கல்லூரியில் அவன் கண்பார்த்து கதைக்க முடியா
வார்த்தைகள் விடை அறியா கேள்விகளாக,
நாட்கள் நகர நகர அவன் மேல் கொண்ட காதலும்
வார்த்தைகளில் அடங்கா வண்ணமாக,
ஒவ்வொரு நொடியும் அவனுக்காக துடிக்கும்
எந்தன் இதயம் சிறை செய்ய முடியா தவிப்பாக,
நொடிகளாய் நகர்ந்த வருடங்கள் என்றும்
எந்தன் நெஞ்சில் நினைவலைகளாக,
இருகரம் இணைத்து அவனின் விழி பார்த்து
உலகம் சுற்றிட காத்திருக்கிறேன் அவனுக்காக,
படிக்க படிக்க முடிவில்லா புத்தகமாக அவன்,
அவனை படிக்க படிக்க பளிங்கு சிலையாக நான்.

கீர்த்தனா ஸ்ரீ

அவன் பார்வையில் அவள்

ஜன்னல் வழியே கண்டேனடி தேனிசைக் கொலுசணிந்த
பாதத்தை..
அவ்வழகை வருணிக்க இவ்வுலகில் ஏதடி வார்த்தை..
அத்தருண சிலிர்ப்பு தகர்த்ததடி என்மனபாரத்தை..
உன் எழிலினை கண்ட பொழுதினில்
பசியும் மாறுதடி தாகமாக..
ஓடுதடி செங்குருதி வேகமாக..
கசியுதடி வியர்வை மேகமாக..
கருங்கூந்தல் கண்டபடி மெய் மறந்து சாயும்
பாவியானேன்..
உன் காதல் கதவை திறக்கும் சாவியானேன்..

Abish. S. H

அவன் மொழி

விழிகளின் பேச்சில்
மொழிகள் ஊமையான தருணம்
கண்கள் கவியெழுத
கைகள் மௌனமான நேரம்..!!

விழிகள் விளையாட
கால்கள் ஓய்வெடுத்த தருணம்
கண்கள் கதை கூற
இதழ்கள் பேசமறந்த நேரம்..!!

உலக மொழிகளில் சிறந்த மொழி
உன் கண்ஜாடை தான்
காகிதமும் மையும் இல்லாமல்
கவியெழுதும் ஒரே கவி நீ தான்..!!

உன் கண்கள் தீட்டும்
கவிதைகள் எல்லாம்
என் இதயத்தில் பதிப்புரிமை
பெற்ற புத்தகமாய் வாழுதடா.

ரம்யா விஜயகுமார்

அவன் யாரோ

ஏன் என்றுத் தெரியாமல்
வெக்கப்பட்டு சிரிக்கின்றேன்?
கண்ணைத் திறந்துக் கொண்டே பகலில் கனாக்
காண்கிறேன்!
கைகள் கோர்த்து நடக்க ஆசை இல்லை,
கால்கள் இணைந்து கடல் கரையைக் கடக்க
ஆசையில்லை,
என் இறுதி நொடியில் நீ ஒரு பார்வை பார்த்தால்
போதும்,
இறப்பும் எனக்கு இனிக்கும்
என் கனாவே!
காதல் கதைகளைப் படிக்கும் போது,
என் காதல் கதைப் பற்றி யோசிக்கிறேன்,
நான் காதலிக்கும் முன்னே,
கற்பனையுடன்!
இத்தனை ஆசைகளையும்,
காதலையும் வைத்து காத்திருக்கின்றேன்,
யாருக்கு என தெரியாமல்?
என் மொத்த அன்பையும்
எடுத்து செல்லப் போகும் அவன் யாரோ?

P.Rithika

அழகுதானே

என்னைக் கண்டும் காணாதது போல்
நடிக்கும் அந்த கண்களும் அழகுதான்!

அந்த அழகின் அழகால் சற்றே
சிவக்கும் அவளின் கன்னமும் அழகுதான்!

அந்த சிவந்த கன்னத்தில் தோன்றும்
சிறு புன்னகை கூட அழகுதான்!

மாயோன்

ஆதிரா

ச்..சீ போடா
என்று சொல்லி
வெட்கப்பட்டு
நீ நகரும்
அழகுதான்

என்னை
மீண்டும்
மீண்டும்

எதையாவது
செய்ய
வைத்து
கொண்டு
இருக்கிறது.

கவிஞன் மொழி

இதயத்தின் ஓசை இதயம்

மேகம் அன்பு தூரல் தூவியது
அவள் விழி இரண்டும்
என் மேல் மோதியது
அவள் மூச்சுக்காற்று என்னுயிர்
கலந்தது
இரு இதயம் ஓர் இதயமானது
அவள் கொலுசு சத்தம்
எனை வாட்டியது
கள்ளிச்செடியிலும் காதல் பூ மலர்ந்தது....

Sandy

என் ஆசை கள்வன்

கவியே..! கவிமலரே..!
எந்தன் உயிரென
கொண்டேன் உனை நானே..!
உள்ளத்திலும் உனை நான் காண்கிறேன்..!
எந்தன் எல்லை வரை உனை
நான் கேட்கிறேன்..!
ஆயுள் நீயே..! எந்தன் ஆருயிரே..!
ஆயுள் நீயே..! எந்தன் ஆருயிரே..!
புன்னகையால் எனை
ஈர்த்தவன் இவனோ..!
சிகையழகால் எனை
சிதைத்தவன் இவனோ..!
கோவங்கள் சிலநேரம்
நம் வாழ்வில் இன்பங்கள் பலநேரம்..!
உறவாய் நீயும் உருமாறினாய்..!
அன்பாய் நீயும் எனை மாற்றினாய்..!
உன்னை நினைத்தே
கவிகளை வடித்தேன்..!
கவிஞனே உனை நான்
கவியால் நனைத்தேன்..!
உன் உயிர் யாரேனும்
எந்நாளும் என்னுயிர் நீதனே..!
நீ இல்லாமல் நானேதடா..!
நாமில்லாமல் வாழ்வேதடா..!

கவிதை தோழி மைதிலி

என் எழுதுகோல்

உன்னையும் என்னையும்

விதி சேர்த்து

வைக்குமோ வைக்காதோ...

தெரியவில்லை....

ஆனால்....

ஒவ்வொரு முறையும்...

உன்னையும் என்னையும்

என் எழுதுகோல்

சேர்த்து வைக்கிறது....

கவிதையாய்,

காப்பியமாய்,

காவியமாய்.

ஜோ.காளீஸ்வரி

என் கண்ணம்மா

குறும்பு புன்னகை பூத்த மலரில்,
அரும்பு வருடல் நீ அல்லவா..
தேன் குடிக்கும் வண்டு முழுதும்,
உனை காண அகிலம் சுற்றுமே..
கண்களோடு நீ செய்யும் சேட்டைகள் கூட,
எனது உயிரையும் உன்னுள் சேர்கிறதே..
என் ரத்த நாளங்கள் கீறியபொழுது,
உனது காதல் மருந்தாகியதே..
எட்டா தொலைவில் நீ இருந்தாலும்,
உனது பாசம் நெஞ்சை வருடியதே..
வாழ்க்கை என்னும் தோட்டத்தில்,
நீர் இல்லா செடியாக வாடவிட்டு பிரிந்தாயே..
கனவில் இக்கள்வன் உனை காண்வான் என்றோ..
நீ இல்லா இவ்வுலகில் கனவுகள் எனக்கு ஏதோ..
என் கண்ணம்மாவே..

Kishore. R Krish
(edgeofwiters)

என் காதல் காவியம்

துடிக்கும் இதயத்திற்கு தெரியாது,
உன் உயிர் சேர துடிக்கிறது என்று!
கவியாகும் என் தமிழுக்குத் தெரியாது,
உன் நினைவுகளே வெளிப்படுகிறது என்று!
விழி மூட துடிக்கும் இமைகளுக்கு தெரியாது,
கனவிலும் நீ தொடர்வாய் என்று!
என் கதைக்கு முடிவுரை எழுதும் விதிக்கும் தெரியாது,
கதையின் கருவே நீ தான் என்று!.

Monisha Paramaguru

என் காதல் (காதலனே) எதிரி

என் ஆதியும் என் அந்தமும் நீ!
நான் தொலைத்த தொலைதூர உறவு நீ!
என் விடை தெரியா கேள்வியின் பதிலும் நீ!
என் அழியா நினைவுகளை தந்து சென்றவனும் நீ!
என்னிரு கண்களை களவாடிய கள்வனும் நீ!
என் கண்ணீர் கண்டும் கரையா
கல் நெஞ்சக்காரனும் நீ!
என் கண் விழிக்கும் நேரத்தில் கலைந்த கனவும் நீ!
கண்ணிமைக்கும் நேரத்தில் காற்றில் கலந்தவனும் நீ!
என் விழியோரம் வழியும் கண்ணீரின் காரணமும் நீ!
காத்திருந்து எனக்கு கிடைத்த காதலும் நீ!
அழியா காயங்களை அள்ளிக் கொடுத்தவனும் நீ!
அதனை ஆற்றும் நினைவெனும் மருந்தும் நீ!
நான் உயிர்வாழ உதவும் என்னுயிர் மூச்சும் நீ!
என் பெண்மையை ஆளப் பிறந்த என்னவனும் நீ!
இறுதியில் என் காதலுக்கு எதிரியாய் அமைந்தவனும்
நீயே!

மாலினி இராதாகிருஷ்ணன்

என் காதலே

இதயத்தை பிடுங்கி,
இரத்தம் ஆறாய் ஓட அதில்,
கண்களில் வடியும் கண்ணீர் கலந்து தான்
காதலை வெளிப்படுத்த வேண்டும் என்றால்,
இந்த உலகில் பிணங்களை தவிர
யாராலும் வெளிப்படுத்த இயலாது..
கிழித்து தான் பார்க்க வேண்டும் என்றால்
அதற்கு தடை ஏதும் இல்லை என் காதலே..

பிரபாகரன்

என்னவளுக்காக

உன் கணவனாக இருக்க ஆசையடி

ஆனால்

அது எப்போது நடக்கும் என்று தெரியவில்லை

இருந்தாலும் பெண்ணே

இப்போது உன் காதல் கவிஞனாகவாது

வாழ ஆசையடி

ஆதலால் தான்

நான் என்னும் நான் நேரம் கிடைத்த போதெல்லாம்

கவிதை எழுதி கொண்டிருக்கிறேன்

அடி பெண்ணே இதெல்லாம் உனக்காக தானடி..!

நான் அன்பு

என்னவளுக்காக ஒரு பக்கம்

விண்ணுலகில் வண்ணங்கள் தேர்தொழுவ!
உன்னை பார்த்த பிரம்மன் சொல்கிறான்!
அவள் என்னும் அதிகாரத்தில்!
உன் சினம் கொண்ட குரலோசை கண்டு!
என் ஆண் ஆணவம் அனைத்தும் அழிந்துபோனது!
வற்றாத சிற்றோடையாய் என் வழி மறந்து நான்
உன்னில் சிலிர்த்தோடவே!
என் நாள்குறிப்புகள் அனைத்தும் அவள் காலடியில்
அகவை கொள்கிறது!
அடி மறந்த தாகையடி பெண்ணே!
என் தாகம் தனித்தின!
உன் இச்சீட்ட தேன் கிளிஞ்சல்கள் தருவாயோ!
மஞ்சல் மகுலங்கள் மாலை சூடி மன்னவன் மனதில்!

Rio Praki

என்னவனின் கண்ணம்மா

பாரதியின் கண்ணம்மாவை போல்.

ஏனோ...

என்னவனின் கண்ணம்மாவாக நான் இருக்க ஆசை?

ஆம்...

என்னவனே பாரதியை போல் நீ

என்னை வர்ணித்து

கவிதைகள் எழுத வேண்டிய அவசியம் இல்லை.

ஆனால்,

பாரதி கண்ணம்மா மீது வைத்திருந்த காதலையும்

தோற்கடிக்கும் அளவிற்கானதாய் இருக்க வேண்டும்

உன்னுடைய காதலானது என்மீது

உன் முழுமையான காதலுக்கும்

நான் மட்டுமே சொந்தகாரியாக...

காத்திருக்கிறேன் உனக்காய் உன்னவள்...

புவனா தமிழச்சி

ஏற்பாயா என்னை?

அசையாத உன் விழிகளையும்...
அசையாத உன் புன்னகையையும்...
புகைப்படத்தில் பார்த்த நான்...
முதன் முதலில்...
உன் அசைவுகளுடன் கூடிய
புன்னகையை பார்த்தும்...
உன் அசைகின்ற அழகிய
கருவிழிகளை பார்த்தும்...
என்னை மறந்து உன்னை ரசித்தேன்...
கள்வனே...
உன்னவள் ஆகும் நாள்
எண்ணி காத்திருக்கிறேன்...
என்னவனே...
உன்னவளாக ஏற்பாயா என்னை?

கிருத்தி

ஓ, காதல் கண்ணம்மா

எதை எழுத நினைத்தாலும்.,
என் மனதுக்குள் வந்து
மஞ்சம் செய்துவிட்டு
என் எழுத்துக்குள்ளே
எளிதாய் தஞ்சம் அடைகிறாள்.!

ஆம்., இதுவும்
அவளதிகாரமாய் மாற்றிவிட்டாள்.!

தூரத்தில் இருந்துகொண்டே
தொட்டுப்பேசும் சுகந்தருகிறாள்.!
விழித்தெழுகிற கண்களுக்கும்
துயில்செல்கிற கண்களுக்கும்
வித வித விருந்தளிக்கிறாள்.!

அசதியாய் இருக்கையில்
அணைத்துக்கொண்டு
பின் வசதியாய்
என்னை வாழவைக்கிறாள்.!

அறைகுறையாய்
என் பேச்சை கேட்டுவிட்டு அவள் யார்.?

இவள் யாரென
அடிக்கடி என்னை அதட்டியும் வைக்கிறாள்.!

பலநேரம் தாயாகிறாள்.,

செல்லக்குறும்புகள்
செய்து சேயுமாகிறாள்.!

சிலநேரம் என்னை
சிரிக்கவைத்தே
அழவிடுகிறாள்.!
சில அழுகைகளையும்
சிரிக்க வைத்துவிடுகிறாள்.!

அவளுக்கான வாழ்க்கை
முழுவதையும்
எனக்காகவே வாழ்ந்துகொண்டிருக்கிறாள்.!

எது நடந்தாலும்
என் கைகோர்த்துக்கொண்டே.,
வாழும் காலம் யாவும்
காதலை என்னிடம் கொட்டித்தீர்க்கும்
இக்கள்வனின்
கண்ணம்மாவுக்கு இந்த கவிதை சமர்ப்பணம்.!

கள்வனாய் (கார்த்திக்)

கண்ணம்மாவை காண

உன்னை நான் கண்ட நொடி

எந்தன் கடைசி மட்டும் மறையாது

கண்ணம்மா....

கவலை கொண்ட நேரமெல்லாம்

என்னை களிப்படைய செய்பவளே

கரும்பாறை என்னை

கலைச்சிற்பம் ஆக்கிய

கலைமகளே...

எந்தன் கண்ணம்மாவே

காதல் இதுதானா

எங்கிருந்தாய் இத்தனை

நாள்களாய் என எண்ணி கொண்டு

ஏக்கம் கொள்கிறேன்.....

உந்தன் ஸ்பரிசம் உணர

உந்தன் கை கோர்க்க

ஆவலோடு நான்.....

கண்ணம்மா உன்னை சேர...

Nivendran Nivi

கண்ணாமூச்சி ஏன் என் கண்ணா

கார்காலத்தின் மேகங்களில் கண்ட கந்தர்வன்
தான் கனவுகளில் காதோரம் கதை பேசிய கலாபக்
காதலனா?

மங்கையின் மனம் கவர்ந்த மணாளனே-
வஞ்சியின் உள்ளத்தில் ஆட்கொண்ட மன்னவனோ!

கன்னியின் கண்களைக் கொள்ளை அடித்த கண்ணாளன்
- தனது
காதல் அம்பெய்து அவள் இதயத்தை கொய்த
மன்மதனென்றும் -

அவரின் வருகையை என்றும் எதிர்பார்த்து
காத்திருக்கும்
கண்ணனின் அவதாரங்களை தன் கவிதனில்
களவாடிய கள்வனின் கண்ணம்மா!

ரேகா ராமச்சந்திரன்

கருப்பு நிற தேவதை

நான் மட்டுமல்ல
என் கவிதையும் ஒருபோதும் பொய் கூறாது பெண்ணே
நீ மட்டும் தான் இங்கு அழகு என்று!.
நீயும் அழகு தான் உன்னைப் பற்றிய கவிதையை
என்னிடம் கேட்டுவிட்டு
அதற்காக நீ காத்திருக்கும் காத்திருப்பும் ஒரு வித
அழகு தான்...
உன்னைப்பற்றிய கவிதை எழுதுவதில் நான் ஏனோ
சற்று சறுக்கலை சந்தித்தேன்.
சறுக்களின் முடிவில் உனக்காக நான் தேர்ந்தெடுத்த
வரிகள்...

கருப்பு நிற தோல் அழகு.
கார்மேக கூந்தல் அழகு.
முத்து பல் சிரிப்பு அழகு.
வெண்ணிலா ஆடை அழகு.
கூர்வாள் பார்வை அழகு.
முல்லைக்கொடி இடை அழகு.
செந்தாமரை இதழ் அழகு.
சுருக்கமாக சொல்ல வேண்டுமென்றால் நீ ஒரு கருப்பு
நிற தேவதை....

ஈ.த.வினோத் குமார்

கவிஞன் கள்வனாய்

என் காதல் கண்ணம்மா
தினமும் குறைந்தது
ஆயிரம் கவிதைகளாவது
வேண்டும் என்பாள்!
நான் எங்கு போவது
தினமும் ஆயிரம் கவிதைகளுக்கு..
இருந்தாலும் அவளிடத்தில்
என் 'கவிஞன்' என்ற பெயர்
கெடாமல் இருக்க..
என் பேனா பிடித்து
ஒரே ஒரு கவிதை மட்டும்
காகிதத்தில் கிறுக்கிவிட்டு..
மீதமுள்ள கவிதைகளை
என் இதழ்களை கொண்டு
அவள் கன்னத்தில் கிறுக்குவேன்..
கவிஞன் சிலநேரம் கள்வனாய்!

சேக் உதுமான்

கள்வனா? கண்ணனா?

கள்ளி என் தேக புள்ளிகளை
அள்ளி உண்ட கள்வனவன்,
கன்னி என் கன்னங்களில்
காதல் முத்தம் பூசிய கண்ணனவன்,
எனக்கே எனக்கென என்னை
களவாடிய கள்வனவன்,
உனக்கே உனக்கென தன்னை
வாரி கொடுத்த கண்ணனவன்,
இடைமேட்டில் நடைப்போட்ட கள்வனவன்,
இதயக்கூட்டில் அடைந்து நின்ற கண்ணனவன்,
காமத்தோடு காவல் புரிந்தான் என் கள்வன்
கண்ணம்மா கண்மணி என கதை அளந்து
துயிலுரித்து துயர் உரிப்பான் என் கண்ணன்,
கள்வனோ கண்ணனோ கண்ணம்மாவின் காதல்
மன்னன்?

ராஜேஸ்வரி சிவராஜ் (ஞாழல்)

கள்வனின் கண்ணம்மா

சுயத்தை இழந்தேன்
சுற்றத்தை மறந்தேன்
கனக்கும் இதயமது
இறந்ததை அறிந்தேன்;
உயிராய் இருந்ததின்று
உதிர்ந்தே போனது,
மகிழ்வாய் தெரிந்ததின்று மண்ணாக ஆனது;
காலத்தின் சுவட்டில்
கரையாமல் இன்னும் நீளுது,
வழக்கொழிந்து போகாமல்
உள்ளே இன்னமும் வாழுது;
வசதி உள்ள இடமென
எண்ணியது போலும்,
நிலை மாறிய பொருளென
தினமுமே நாறும்;
மாசு படிந்த மாளிகை,
உடைந்து போன பொன்னகை,
இருந்தும் அற்ற நிலையிலே
எட்டிப் போன புன்னகை;
உறைந்து போன கனவாய்
நின்று என்னைக் கோலோச்சும்
என் மனசெல்லாம் நீ!
கள்வனென அறிந்தும்
கனவைக் களைக்காமல் நான்.

யான் கள்வனின் காதலி

கள்வனின் கள்ளி

கண்டு கண்டு மயங்கினான்,
அவள் கண்ணழகை பார்த்து...!
கண்கள் மூடிக் கிறங்கினான்,
அவள் பேசும் மொழி கேட்டு...!
எங்கிருந்து வந்தானோ?
என்ன மாயம் செய்தானோ?
கம்பன் வழி வந்தானோ?
கன்னி மனம் கொய்தானோ?
இவனாசை கேட்டால்,
புத்தனும் துறவு விடுத்து
துணை தேடிச் செல்வானோ?
யாரோடும் பேசாதிவளை;
யாமத்தில் விழிக்கச் செய்தான்.
தன்னையும் மறந்து - இவன்
பேச்சை ரசிக்கச் செய்தான்.
கள்ளத்தனம் யாவும் செய்யும்
கள்ளன் அவன் - எனினும்
கண்ணமா என்று அழைதே,
அவள் மனம் கரைகின்றான்.

சூர்யா கிருஷ்ணமூர்த்தி

கற்பனை காதல்

கனவில் தோன்றினாய்
கண் தூக்கம் காணாமல் போனது
கண்ணெதிரே வந்தது போல இருந்தது
கண்டதும் காணாமல் போனாய்...

காலம் முழுவதும் உன் கை கோர்த்து
கனவில் இல்லாமல் நினைவில்
காதலோடு அன்போடு வாழ ஆசை உன்னோடு
மட்டும்...

Varatharaj

காக்கும் மேகங்களே!

கடல் கடந்துள்ளேன்..!
பல்லாயிரம் மைல்கள் தாண்டி அவளுள்ளாள்..!
அவளிடம் பேசும் ஒவ்வொரு முறையும்
வேவு பார்க்கிறது நிலவு..!
எங்கே நாங்கள் பேசுவதை நிலவு
கேட்டிடுமோ.. பார்த்திடுமோ..
நிலவில் இருக்கும் அவள் பாட்டியிடம்
முறையிட்டிடுமோ..
என்ற ஐயத்தோடே அவள் எண்ணிற்கு
அழைக்கிறேன்..!
அவளுக்கோ
பாட்டி என்றால் மரியாதையுடன் கூடிய பயம் வேறு..!
மேகங்களை உதவிக்கு அழைக்கின்றேன்!
காக்கும் மேகங்களே வாருங்கள்!!!
வந்து நிலவின் பார்வையிலிருந்து எம்மைக்
காத்திடுங்கள்!
நிலவை சிறைப்பிடித்து வையுங்கள்!
சற்று கவனம் தேவை
குசும்பு பிடித்த நிலவு எட்டிப் பார்க்கும்..
விடாதீர்கள்.. சூழ்ந்து கொள்ளுங்கள்..!
நான் அவளிடம் பேசிவிட்டு வருகிறேன்..!

கனிஷ்கா ஜெயக்குமார்

காதலின் உயிரூட்டல்

இரவுகள் நீள்கிறது
துயில் தான் வரவில்லை
கனவுகள் தாக்குகிறது
கற்பனைக்கு பஞ்சமில்லை
நினைவுகள் உயிருட்டுகிறது
பிரிந்த எனது காதலுக்கு.

ரேவதி

காதலின் தேடல்

காதலும் கரைந்தோடும் நேரம்
கானலாய் மறைந்தே போகும்
காயங்கள் ஆயிரம் கண்டும்
காரணம் ஏதுமின்றி தோன்றும்
காலங்கள் பலநூறு கடந்தும்
காட்சிகள் நிலைத்தே நிற்கும்
காதலாய் நானும் வந்தேன்
காவலாய் நீயும் நின்றாய்
தேவையாய் என்னைத் தேடி
தேடலாய் விட்டுச் சென்றாய்
தேம்பியே ஏங்கும் மனது
தேடியும் கிடைக்கா தூரம்
வரமாய் வாங்கிச் சென்றாய்
வராமல் ஏனோ சென்றாய்
தனிமையில் கள்வனின் காதலி...!

கவியாழினி

காதல்

நான் உன் தாயாக
தந்தையாக
தமக்கையாக
இருப்பதைக் காட்டிலும்
உன் தலையனையாக இருக்க வேண்டும்
என்று என்னுகிறேன்
அனுமதி அளிப்பாயா என்னவனே?

கவி

காதல் ஓர் அழகிய மாயை

கள்வன் என்றறிந்தும் உன்னிடம்
என்மனம் கொள்ளை போனதே!
உந்தன் பார்வை
அது காந்த பார்வையா என்ன?
ஒரு நொடிக்குள்
நீ என்னை கவர்ந்து செல்ல
எந்தன் இதயமோ
ஆயுள் கைதியானதடா உன்னிடம்!
களவாடிய உனக்கோ
அது தெரியவில்லை,
களவாடி சென்ற உன்னை
நித்தம் நினைத்து ஏங்கும்
என் சிறு இதயத்திற்கு
என்னவென்று சொல்ல,
களவுபோன எந்தன் இதயம் மீது
தவறு சொல்லவா
அல்ல களவாடிய உந்தன் மீது
குற்றம் சொல்லவா,
இனியவனே
இதயத்திற்கு புரியுமாறு
பதில் சொல்லிவிட்டுச் செல்லடா.

Marija. S

காதல் களம்

எவ்வளவு தான் கிறுக்குவேன் நான்

என் நினைவுகள் உன்னை சுவடியாக்க!

எவ்வளவு தான் தவிப்பேன் நான்

என் காதல் கடலில் உன்னை கரைசேர்க்க!

எவ்வளவு தான் சிதைவேன் நான்

என் மனப்பாறையில் உன்னை சிலையாக்க!

எவ்வளவு தான் உருகுவேன் நான்

என் இதயமெழுகில் உன்னை சுடராக்க!

எவ்வளவு தான் காப்பேன் நான்

என் காதல் களத்தில் உன்னை வெற்றியாக்க!

சூர்யா சிவன்

காதல் விளிம்பில்

உடையாத உன் கண்ணாடி
சிரிப்பினில் சிதறிக்கிடக்கிறேன்!
முடியாமல் நீளும் கனவுகளில்
உன் முகம் தேடி போராட்டம்!
நிற்காத நொடிமுள் போல
உன் நினைவுகளின் ஆர்பாட்டம்!
உதிர்ந்த சருகாய் உனைத்தேடி
அலைமோதும் விழிகள்!
விடுமுறையின்றி தினந்தினம் தவிப்புகள்!
எனை ஆளுமை செய்யும்
அரசாங்கம் நீயல்லவா!
ஒருமுறையேனும் உத்திரவிடு
ஊரடங்கிற்கல்ல!
என் உயிரடங்கிற்கு!

காயத்ரி குமாரவேல்

காலைக் காதல்

சாளரத்தின் துளைகளுக்கு இடையில்
அறையினுள் புகுந்த கூதக்காற்றின் குளிர்ச்சியால்...

தூக்கம் கலைய...

மஞ்சத்தில் புரண்ட அவளோ..
அவன் மாரோடு தன் முகம் பதித்து,
காற்றினை நுழையவிடாது இன்னும் இறுக அவனை
அணைக்க...

அன்று மட்டும் அவர்களின் அறையினுள்..
மேகம் மறைத்த கதிரவனின் சாயல்!

சிவசுப்ரமணியம் சூரியபிரகாஷ்

காளான் காதல்

மழையில் முளைக்கும் காளான் போல
மனதில் முளைக்கும் ஒருதலைக்
காதலே!
மண்ணோடு மண்ணாவாய் என்று
தெரிந்தும், மண்ணையும் மனதையும்
பிளந்துகொண்டு நீ முளைக்க
காரணம்தான் என்ன?

ஜனனி ஸ்ரீ சேகர்

குத்தும் ரோஜா (கசல்)

நான் பிறவி பிணம்.
உன் காதல் பட்ட பின்னரே
உயிர்பித்த புதிய குழந்தை நான்.

நீ அன்பின் உச்சம்.
உன்னை நீங்குவேனானால்
அது என் மரணம்.

மரணம் வேண்டி கழுத்தை கிழித்தேன்
சிந்தும் உதிரத்திலும் நீ...
உன்னால் தழுவ படுகிறேன் நான்.

உன் நினைவுகளுக்கு
தாஜ்மகால் கட்ட எண்ணி
என் ரத்தத்தை வெளியேற்றிக் கொண்டிருக்கிறேன்.
மீதமுள்ள என் வெள்ளை எலும்புகளினுள்
குடியேறி விடு.
மழை பெய்கிறது.
இதயத்திற்கு குடை பிடித்து நிற்கிறாய் நீ
வறட்சியில் தவிக்கிறேன் நான்...

தீப்தி.கௌ

கைகூடிய காதல்

பலநாள் கனவு
பட்டாடை உடுத்தி
வெட்கத்தில் நீ
பக்கத்தில் நான்
காதல் இணை
இல் துணையாகி
குனிந்த தலையோடு
காதலைத் தலைநிமிர்த்தி
தூரம் குறைந்து
தாரம் ஆகிறாய்
இருமனம் திருமணத்தில்
நீ நான் நாமாக
முடிவிலி காதலின்
ஓர் புதிய துவக்கம்.

பா.பரதன்

சாய வா என் சாயலே!

வசந்தகாலம் மனஉலகில் வந்தன, உன்னை கண்டப்
பொழுதினில்!..
இதயமும் கருவறை ஆயின, உன்னைச் சுமக்கையில்!..
நாளும் நேரமும் நொடியாய் நகர்ந்தன, உன்னை நயம்
பாராட்டுகையில்!..
நெற்கஞ்சியும் நெய் சோறாய் மணந்தன, உன்னை
நெஞ்சில் நெய்தலினில்!..
அடுப்பங்கரையும் அண்ணாந்து பார்த்தன, உன்னை
நினைத்து அசைப் போடுகையில்!..
உன்னுயிரும் என்னுயிராயின, உன்னை உதிரத்ததில்
உலுக்குவதில்!..
அசலும் வட்டி ஆயின, உன்னை எண்ணத்தில்
எண்ணுவதில்!..
சினமும் சிதைந்து போயின, உன் மூச்சில்
மூழ்குவதில்!..
நுரை தண்ணீரால் மிதந்து-தத்தம்
நீ என் உதிரத்தால் மிதந்து
கப்பல் இல்லா கைக் கோர்த்து, வாழ்க்கை பயணம்
போவோமா?
என்னை ஏற்பாயா?..என் காதலே!..

இவள்

கலாம் நேசகி அபிதா

தங்கபுள்ள

பிரம்மன் படைப்பினில்
அழகிய படைப்பு நீயடி!!!
சிற்பிகளும் இதுவரை செதுக்கிடாத
அழகு சிலை நீயடி!
காவியகதைகளிலும் கேட்டிடாத
அழகு பெண் நீயடி!
அன்பினால் என்னை இயக்கும்
மீன்போன்ற
அழகிய கண்கள் உடையவள் நீயடி!
கோபத்தில்
என்னை எரித்திடவும் தயங்கிடாத
தீ போன்ற கண்கள் உடையவள் நீயடி!
மலரினும் மென்மையான
தங்க தாமரை போன்ற
அழகு பாதம் உடையவள் நீயடி!
மண்டியிடாத நானும்
மாண்டிட சம்மதிப்பேனடி உனக்காக என்றால்,
எப்பிறப்பில் செய்த புண்ணிய பலனோ
இப்பிறப்பில் என்னவளாய்
உன்னை பெற்றேனடடி...
நீ விடும் மூச்சு காற்றே
எந்தன் சுவாசக் காற்றடி...
நீ இன்றி நான் இல்லையடி
என் அழகு தேவதையே ....

மதன்குமார்

தனிமை

உயிர் உருக்கி உனக்காக ஓர்
உயில் எழுதியிருக்கிறேன்...!

உன் எதிரில் வரும் போதெல்லாம்
விரிசல் விழுந்த பரிசலில் நடுக்கடல் தாண்டுவது போல்
உள்ளது...!

காமங்கொள்ளும் வண்டுகளிடமும்
வம்பிலுக்கிறேன் தனிமை தீயில்
வெந்துக் கொண்டிருப்பதால்...!

நீ இருக்குமிடம் பால்வெளி மண்டலமானாலும் சரி
விண் தாண்டி
விரைந்து வந்து
விரல் சேர்ந்திடு...!

இதற்கு மேலும் உடைந்துப் போன கூட்டை சுமக்கும்
நத்தை போல்
என்னால் இருக்க முடியாது...!

Hepziphilip

திருடிய பொழுது வருடிய நினைவு

காலம் மாறா கனாவும்
கண்ணீரில் உலாவும்
நிமிடத்தை நினைவலையில்
கடந்து சென்றேன்
பதம் பார்த்த சில காயங்களில்
மனம் பாராது திருடியது
ஏனோ உன் கரைக்கும் நெஞ்சம்
வட்டமிட்ட விழியில் வழி அறியாத
பேரழகில் திகைத்து நின்றது
மனதோடு கலந்த மந்திர அழகு
பரித்து சென்ற பூவில் உன் இதழை
கண்டு கள்வனானேன் .
கஞ்சாடையில் கருஞ்சாலையில்
காற்றோடு கனாவில் உன் தடம்
கண்டேன் கண்மனியே நீயே என் இதயக் கள்வனே.

மு.முஹம்மது உமைர்

தோல் திசுவுடன் இணைக்க...

தேனாய் இனிக்கும் நினைவுகளை,
தேரைப் போல் சுமக்கிறது...!
தென்றலிலே பாடும் இசைகளை,
திரும்பி தேடியே அலைகிறது(மனது)...!

முற்றுப்பெற்ற பருவம் தினமும்,
மூளையில் முழுநாளும் மலர்கிறது...!
முகநூல் திரையில் கண்கள்,
கண்ணீர் துளிகளை சிந்திச்செல்கிறது...!
(புகைப்படத்தை கண்டு)

அலைகள் மோதிய உலைகளில்,
ஆறுதலுக்கு என்றும் பஞ்சமில்லை...!
குறைகள் நிறைந்த குழப்பத்தில்,
குறும்புகள் என்றும் குறைந்ததில்லை...!

வீதியில் உலாவும் ஐந்தறிவை போல்,
வாழ்நாள் முழுதும் கடக்கிறேன்...!
தொலைவில் யுள்ள பள்ளிக்கூடத்தை - என்
தோல் திசுவுடன் இணைக்க..!

அப்சல் அகமது

நரைத்(ந்)த காதல்

கண்களின் ஈர்ப்பும் இளமையின் துடிப்பும் காதலென
புனைப்பெயராகிறது.
இறுதிவரை உன்னோடு என்பவை இடையிலே
சரிவராது என்பதா காதல்?
பாற்கடல் கடைந்து கிடைத்த அமுதம் போல்,
வாழ்க்கை தடைகளை கடந்து இணைந்திருக்கும்
மனதோ காதல்,
இளமையின் வேகத்தை விட முதுமையின் பொறுமை
வாழ்நாளை ரசிக்க செய்யும்,
அவனது நரைத்துபோன மீசை குத்த, அவள்
முகச்சுருக்கங்கள் ஒவ்வொன்றும்,
தனிதனி முத்தம் கேட்க அதில் காமமில்லா காதல்
வாழும்.
பல்லிழந்த பேச்சுக் குரலும், கேளாத காதுகளுக்குள்
ஒளித்த,
கதைகள் யாவும் எந்நூலிலும் இடம்பெற்றிடா
காவியமாகும்.
ஊன்றிநடக்க ஊன்றுகோல் இன்றி, நடுங்கும் கைகளை
நம்பிக்கையோடு பிடிக்க,
பக்கபக்கமாய் வசனங்கள் இன்றி, மனதால் புரிந்திடும்
மௌனங்கள் பேச,
கடலும் கரையுமாய் வாழ, சுயநினைவு இழந்தாலும்
இன்பசுமைகளை சுமந்தபடி,
நம்மில் யாரேனும் மரணபடுக்கையில் வீழ்ந்தாலும்
கண்ணீர் துளிகள் சிந்தாமல்,
வாழ்ந்த நாட்களின் நினைவுகளை காதலித்து சிரித்தால்
போதும்,
நமது கல்லறையில் காதல் மண்டியிட்டு மரியாதை
செலுத்தும்.

நா.கார்த்திக் ராஜா

நயங்களால் நாம்!

உன் இதழ் வரை
என் கவிநயங்கள் மலர;
காமத்தின் எதுகை மோனையில்
காதல் மட்டுமே தன்வசப்பட்டிருக்கும்;
நயங்கள் கொண்ட உன் மோக பார்வையால் நீயோ
என்னைக்கொள்ள ,
யென் சந்த நயத்தில் மட்டும் ஏனோ நீ
என்னை கொஞ்ச மறுக்கிறாய்?
விந்தைகளும் புரியும் அளவிற்கு
வெண்பாக்களால் என்னை மயக்க வைக்கிறாய்!
உன் கோபங்கள் யாவும்
என் இதழ்களுக்கு கொஞ்சி விளையாடும்
முரண் நயம் கொண்டவை!
இருப்பினும் என்கள்வனானா உன்னிடம்,
மனமானது காதல் சொல்ல மறுக்கிறது..

கவிஞர் ஆ.மதியரசி

நான் அவளின் எழுதுகோல்!

எழுதினேன் கவிதைகளை என்னவளுக்காக.!
எழுதுகோலாக உருப்பெற்று ஆரம்பித்தேன்.
என்னே ஒரு ஆச்சரியம்..!
என் எழுதுகோலும் நிற்கவில்லை.
என் எண்ணங்களும் ஓயவில்லை.
ஓடம் போல் நிற்காமல் பாய்ந்தது.
ஓவியனை போல் அசையாமலேயே,
காதல் மைக்கொண்டு அலங்கரிக்கவே,
வழிகிறது வெண்ணிற இதயத்தில்.
திகட்டாத தித்திப்பாய் அவளின் சிரிப்பு.
ஆங்காங்கே சிதறிய மைத்துளிகள்.
இதமான தரும் அவளிதழ் முத்தங்கள்.
வரிகளாக தொடுக்க வாசமாக மலர்ந்து.
ஏங்கும் என் பூங்கொத்துக் கவிகள்.
எப்போது என்னை அழகுற ருசிப்பாளென்று.!

MachJoke

நீயும் என் கவியும்

கவி யெழுத மையம் தேடித் திரிந்தேன்;
உன்னிடம் காதல் தேடித் திரிந்தேன்;
ஒன்றை இரண்டென தேடியதால்
இன்றும் பிடிபடவில்லை கவியும்,நீயும்;
பின்னே! கவிக்கு மையமாக உன்னை வைத்தேன்
சுற்றி சுற்றி உன்னை எழுதி வந்தேன்
எது என் கவி? எது நீ? என்பதை மறந்தேன்
கவியின் மையத்தில் நின்று பார்த்தேன்
உன்னில் என் கவி சிக்கிக்கொண்டதை உணர்ந்தேன்
அதை காப்பாற்றச் சென்று என்னையும் தொலைத்தேன்
என் கவியைத் திரும்ப கொடுத்து விடு
அதோடு நீயும் சேர்ந்து வந்துவிடு
நான் பட்டபாடு போதும் நிறுத்திக்கொள்
நாம் சேர்ந்து நம் கவியை காதலால்
ஒரு பாடுபடுத்துவோம் ஒத்துக்கொள்.

கு.நந்தகுமார்

முதுமை காதல்

இருகரம் கோர்த்து
நிழல்கள் சேர
மௌனம் பேசி
காற்றில் தவழ்ந்து
வாசம் உணர்ந்து
கனவுகள் வென்று
காதல் பொங்க
நரை மிகுந்து
நரம்புகள் தளர்ந்து
அழகு குறைந்து
அனுபவம் கூடி
உரிக்கும் வேள்வியில்
உல்லாசமாய் உறங்க
வேண்டும் மரணம்
ஒன்றாய் உன்னுடனே.

அரவிந் கோவிந்தராஜன்

யாரோ அவன்

இச்சிரிக்கியின் சீண்டல்களில்
இத்தனை நாள் சிக்காத சிங்காரன்;
இரும்பான உடம்பை கண்டு கருவிழியும்
கருத்துரைத்தது
இவனை காணாது யான் கண் உறங்கியது தவறோ
என்று;
மஞ்சள் நிற மகுடம் சூடிய
மாவீரன் பரம்பரையை சேர்ந்தவனோ - இல்லை
மண் தொட்டு , தோள் தட்டி
மார்புயர்த்தி நிற்கும்
மஞ்சுவிரட்டு காளை இவனோ!
கன்னிப் பெண்களின் கண்ணுக்கிறையான
கல்லம் கபடமற்ற கள்வன் இவனோ - இல்லை
காந்த பார்வையால் காதல் ஆசைக்கொடுத்து
கன்னிகளை கெஞ்சவிடப்போகும்
கல்நெஞ்சக்காரன் இவனோ?
உடம்பை மட்டும் காண்பித்து உயர்ந்துவிட்டானோ
என்ற உள்ளுணர்வெல்லாம்,
உள்ளத்தின் அழகையும் காட்டிவிட்டானே என்றானது -
ஊன்றி வந்த மூதாட்டிக்கு
உதவிய அத்தருணத்திலே!
இம்மாப்பிள்ளைக்கேற்ற மங்கை யானே,
இக்கள்வனின் கண்ணம்மா என்றைக்கும் நானே!

தருண் ஜெயமுருகன்

காதல் கண்ணம்மா

எனக்குள் எப்பொழுதாவது எட்டி பார்க்கும்
வெக்கத்தையும் கவனித்து விடுகிறாள் என்
கண்ணம்மா!
ஒன்று பார்த்தே கொன்று விடுகிறாள் இல்லையேல்
சிரித்தே சிதைத்து விடுகிறாள்..

பிரசன்னா

கண்ணாடியும் கண்ணம்மாவும்

கண்ணாடி முன் என் கண்ணம்மா வெட்கப்படும்
அழகை மெய்மறந்து ரசிக்கும் பொழுது தான்
கண்ணாடியும் சினம் கொள்கிறது அவளின்
ஆளைக்கொல்லும் அழகை கண்டு...

பிரசன்னா

அவளென் தேவதை

என் காதல் கண்ணம்மாவின் காதோடு தொங்கும்
கம்மலாக பிறந்திருக்கலாம் அவளின் கண்ணங்களை
ஊரசியவரே என் ஆயுளை கழித்திருப்பேன்!

பிரசன்னா